Binibini II

Ryan Kim Regoya

Ukiyoto Publishing

All global publishing rights are held by

Ukiyoto Publishing

Published in 2024

Content Copyright © Ryan Kim Regoya

ISBN 9789362697165

All rights reserved.
No part of this publication may be reproduced,
transmitted, or stored in a retrieval system, in any form
by any means, electronic, mechanical, photocopying,
recording or otherwise, without the prior permission of
the publisher.

The moral rights of the authors have been asserted.

This is a work of fiction. Names, characters, businesses,
places, events, locales, and incidents are either the
products of the author's imagination or used in a fictitious
manner. Any resemblance to actual persons, living or
dead, or actual events is purely coincidental.

This book is sold subject to the condition that it shall not by
way of trade or otherwise, be lent, resold, hired out or
otherwise circulated, without the publisher's prior
consent, in any form of binding or cover other than that in
which it is published.

www.ukiyoto.com

To Jimmy Maagad and Gwyneth Peligrino
Thankyou so Much

Contents

Kabanata Dalawa Ang Pagbabalik Mula Sa Nakaraan . 9

Kabanata Tatlo San Hermulo 15

Kabanata Apat Ang Kaguluhan 20

Boom !!!! Boom !!!! Boom !!!! 24

Kabanata Lima 29

Kabanata Anim Ang Madugong Labanan 40

Kabanata Pito Ang Pagwawakas 50

Wakas 56

About the Author *57*

" yun ang pinangako ko sa kanyang mga kamay na saksi ang mga tala at buwan sa ibabaw " - Ginoong Hajimmie

2018

Sa sementeryo

Na kung saan dinalaw ni Gwen ang puntod ng kanyang pinakamamahal na si Lola Pasing.

GWEN

" Hanggang ngayon hindi pa rin ako makapaniwala, Lola, kumusta kana, miss na miss na kita, yung tawa mo, mga biruan natin namimis ko na yun Lola" Pagkatapos kung magsalita ay tumulo ang mga luha ko, bumalik sakin lahat eh, yung mga alaala namin ni Lola, tawanan at asaran.

Hindi na ako nagtagal sa sementeryo dahil magkikita kami ni Jimmy.

STARBUCKS

Nakaupo kaming dalawa habang tinitignan ang isa't - isa na para bang naghihintay lang kung sino ang unang magsasalita sa amin. At para makapag simula na ay inunahan ko na siya.

" Kumusta kana? Panimula ko sa kanya na may konting ngiti.

" Ito, naghahanap ng bagong makakausap" - Bungad niya.

" Hindi ka pa rin nagbabago" - Pabiro ko.

" Bakit naman? Mahinang boses niya.

" Eh, kasi kahit nandiya....n hindi pa nga ako nakatapos sa aking pagsasalita ay inunahan agad ako ni Jimmy.

" Pwede ba kitang ligawan? yung totoo na?

Hindi ko agad sinagot ang sinabi ni Jimmy at sa halip ay diretso agad ang tingin ko sa kanya na para bang " sigurado kaba?" May mga tanong ako sa sarili ko na gusto kung siya mismo ang makakasagot.

KABANATA ISA IROG KO

O kay binibini, kay gandang pagmasdan umagang puno ng kaligayahan, O nasaan ka? Aking sinta, hinahanap kita buhay ko'y sayo na, pagmamahal mo lang puso at kaluluwa hinihintay kita nasaan ka ba? O aking sinta

Malumanay na pagkanta ni Mama sa kwarto ni Lola Pasing

Kasama ko si Jimmy, Oo hindi ko siya sinagot ng diretso dahil gusto kung magpaalam kay Mama at gusto kung malaman ulit ni Mama ang tungkol sa amin. Paakyat ako sa taas at naririnig ko ang magandang boses ni Mama na nagmumula sa kwarto ni Lola Pasing. *Kinakanta ang awiting linikha ni Lolo Indoy na handog niya kay Lola, nung nililigawan pa lamang ito.*

" Ma" Sabay katok ng pinto at binuksan naman ito ni Mama na may hawak na litrato ni Lola.

" Goodmorning anak" Bungad niya sabay yakap sa akin"

" Ma, may sasabihin lang po sa inyo si Jimmy" Panimula ko kay Mama na pagkatapos kung magsalita ay mabilis agad siyang umalis patungo sa baba para makita at makausap si Jimmy, sumunod naman ako na may konting kaba dahil sa kung ano man ang masabi ni Mama kay jimmy, May tiwala naman ako kay Mama pero hindi ko alam kung bakit ako kinakabahan na para bang ang buong katawan ko ay nanginginig at hindi ko mapigilan mag-isip ng kung ano-ano.

Nang makababa na si Mama ay sinalubong agad siya ni Jimmy na nag-abot ng kamay, para magmano

Ang pagmamano

Bakit kaya nagmamano ang mga pilipino sa mga nakatatanda?

Ang pagmamano ay isang paraan ng paggalang sa mga nakatatanda at isa din itong tradisyon na kung saan ipinapakita ang pagbibigay respeto gamit ang sino mang kamay ng nakatatanda.

Nakaupo na sina Jimmy at Mama, habang ako naman ay nakasentro lang ang tingin kay Mama.

" May sasabihin ka ba? Panimula ni Mama kay Jimmy na may mahinang pagkakasabi.

" Gusto ko po sanang hingin ang inyong pahintulot na liligawan ko po ang inyong anak" Bungad ni Jimmy na kinakabahan.

" Jimmy, alam ko naman na mahal na mahal mo ang anak ko, pero sa ngayon hindi ko muna maipapangako o maibibigay ang aking basbas o pahintulot sa panliligaw mo sa aking anak" Bungad ni Mama.

" Naiintindihan ko po" - Jimmy

" Ngunit ako'y makakaasa na maghihintay ka sa tamang panahon na ninais ko para kay Gwen. Mahinang boses ni Mama pagkatapos ay lumapit kay Jimmy sabay yakap.

Inihatid ko sa labas ng bahay si Jimmy. At nakita ko ang isang ngiti na nagmumula sa mukha ni Jimmy na may kasama pang dimple.

" Bakit parang masaya ka? " Panimula ko sa kanya

" Natutuwa lang ako sa Mama mo, dahil iniisip niya talaga ang kapakanan at ang kaligayahan na gusto mo na maaaring mangyari at maibigay ko sa iyo sa tamang panahon" Bungad ni Jimmy sakin na kaharap ako.

" **Maghihintay ka ba**? " - Gwen

" **Hihintayin** mo ba **ako**?- Jimmy

Napangiti lang ako pagkatapos magsalita ni Jimmy sabay yakap.

Sa isip ko

Hihintayin kita, dahil naniniwala ako na ang pag-ibig mo sa akin ay totoo at walang halong panloloko.

Sa kwarto ni Lola Pasing

Pumasok ako kwarto ni lola at pinagmamasdan ko ang mga litrato niya noong siya ay dalaga pa lamang. Ilang minuto ay pumasok si Mama na may hawak na maliit na litrato ni Lola.

" Anak, pwede ba tayong mag-usap? Bungad ni Mama.

" Ma, tungkol kanina, okay lang po at tsaka tama po kayo, kagaya ng sinabi ni lola na ang **tunay** na **pag-ibig** ay hindi mo makikita at **mararamdaman** sa ngayon sapagkat ito'y mangyayari lang sa **tamang panahon**" Panimula ko kay Mama na mahina ang boses. Pagkatapos kung magsalita ay lumapit si Mama sa akin at niyakap ako ng mahigpit.

" Mahal na mahal kita anak" - Mama

Sa bahay ni Jimmy

Abala ang kanyang ina sa pagluluto ng mga pagkain na pagsasaluhan nila sa kaarawan ng kanyang yumaong ama.

" Happy birthday Pangga" Panimula ng kanyang ina habang hawak ang isang litrato. Lumapit naman si Jimmy sa kanyang ina sabay yakap.

" Happy Birthday Pa"

JIMMY

Namatay ang Papa ko dahil sa isang aksidente, **Plane Crash** When i was grade five, mahilig kasing mag travel ang papa ko dahil sa isang business proposal He was a Chief Executive Officer (CEO)of our company before, at walang maaasahan si Papa noong time na yun kundi ang sarili niya, ayaw niya kasing umasa sa iba at hindi siya nagtitiwala basta-basta sa mga taong nakapaligid sa kanya. Kaya pasan niya lahat ng pagod at hirap. Hindi ko alam pero ang sabi, sinadya talagang patayin ang Papa ko para bumagsak ang kumpanya namin at hindi na ito muli magpatuloy pa, kaarawan ko pa noong araw na yun na akala ko dadating siya, oo dumating siya pero bangkay na, at yun ang malaking dagok sa pamilya ko, bumagsak ang kumpanya namin, hindi naman kayang ipagpatuloy ni Mama ang nasimulan ni Papa dahil maraming inaasikaso si Mama noon kasama sina Lola at Lola kaya nakapag desisyon siya na isara ang kompanya at kunin lahat ng perang naipon ni Papa para makapag simula kami ng panibagong buhay.

7:56 PM

Sa kwarto ni Lola Pasing na kung saan nakahiga lang ako habang nakayakap sa litrato ni Lola. At ilang minuto ay bigla na lang pumasok sa isip ko si Lola Minda. Ang matandang babae na nakasama ko sa taong 1954.

GWEN

Nasaan na kaya si Lola, ni wala man lang akong balita sa kanya pagkatapos naming pumunta sa taon na iyon.

"Anak!! gwen kakain na!! Malakas na boses ni Mama sa akin. At mabilis naman akong bumangon. Itinabi ko muna ang litrato ni Lola sa kanyang aparador bago umalis.

Sa bahay ni Jimmy

Masayang naghahapunan sina Jimmy kasama ang kanyang ina at mga kasambahay sa kaarawan ng kanyang yumaong ama. Iba't ibang pagkain ang nakahain sa mesa may *lumpiang shanghai, Pininyahang Adobong manok, beefsteak, Lechon Kawali, Letchon, Kalderetang Kambing, Mango Graham at Pancit Canton.*

" Happy Birthday Pagga" sabay kausap sa litrato

" Ma'am maraming salamat po talaga dito sa pagkain " Panimula ng isa sa kanilang kasambahay

" Wala yun, at tsaka tayo-tayo lang naman kaya kumain lang kayo" Panimula ng Ina ni Jimmy sabay ngiti.

" Pamilya na rin ang turing namin sa inyo, kaya kung meron mang selebrasyon, kung ano ang meron sa amin, kinakain namin ay ibabahagi din namin sa inyo' Bungad ni Jimmy sa kanilang kasambahay na masayang nakikinig.

Kabanata Dalawa Ang Pagbabalik Mula Sa Nakaraan

Bumalik ako sa kwarto ni Lola Pagkatapos naming maghapunan ni Mama at kinuha ko ang litratong inilagay ko sa aparador, tinignan ko ito ng maiigi at doon nakita ko ang isang sulat na nakalagay sa likod ng litrato, ang sulat na kung saan may makabuluhang kahulugan sa nakaraan ni Lola Pasing.

" Babalik man ang **agos** ng mga **luha**, ay nakatitiyak akong muli tayong **magkikita** "

Hindi ko alam kung anong ibig sabihin nito, pero parang may gustong ipahiwatig ang bawat kataga o linyang nakasulat sa litrato na kung saan naguguluhan ang utak ko at napaisip na paanong nagkaroon ng sulat eh, hindi ko naman nakita o napansin ito kanina. Ngunit isa lang ang posibleng nakakaalam nito na sigurado akong makakasagot at yun ay si Lola Minda. Mabilis agad akong lumabas mula sa kwarto ni Lola Pasing. Gusto kung malaman, at gusto kung bumalik sa nakaraan, gusto kung makita ulit si Lola at tanging si Lola Minda lang ang pag-asa ko para makabalik sa taon na iyon.

8:43 PM
XAVERS UNIVERSITY

Nasa labas ako ng gate, at nagbabakasakaling makita ko si Lola Minda, gusto ko sanang pumasok pero baka mapagkamalan pa akong may pinagmamanmanan, mahirap na.

" Sana Lola Minda makita kita " Patingin- tingin ako sa kaliwa at kanan, si Lola Minda yung pakay ko pero ang nakita ng dalawang mata ko ay ang medyo freak at mapanlait na cousin kung si Phia, tinawag ko siyang **medyo freak** kasi baka magbago pa kaya bigyan natin ng chance. Nilapitan niya ako kasama nang kanyang mga alagad.

" Why are you here? Panimula niya.

Sa isip ko.

Alam mo ito talagang cousin kung medyo **freak** wala talagang pinagbago,kasi sa oras na magkikita kami panay ang pag eenglish tapos yung mga alagad niya nagtatagalog naman, napaka OA talaga ang sarap sapakin pero bad yun kaya chill lang ako, o well marunong din naman akong mag english, okay try natin baka ma nosebleed itong si **medyo freak.**

Okay back to reality

"O well, im looking for something" Panimula ko sa kanya.

" Si Jimmy ba ang hinahanap mo? hindi mo ba alam na birthday ng daddy niya at nagcecelebrate sila ngayon kasama ang Mommy niya " Bungad sa akin ni Phia na may mataray na boses.

" Salamat sa impormasyon - Gwen

" Hindi ka ba pupunta? - Phia

" At bakit? - Gwen

Sa isip ko

Alam mo gwen ikalma mo lang ang sarili mo alam kung ginagalit ka lang ni Phia, alam mo naman na ganyan na talaga ang ugali niya remember, medyo freak yan.

Okay back to reality

" Hindi ka ba makiki celebrate? - Phia

" Bakit naman ako makiki celebrate dun eh, pwede ko namang batiin nalang online at tsaka nakakahiya kaya, hindi ako invited tapos pupunta ako? Hello? ginagawa mo akong patay - gutom" Bungad ko kay Phia na may masamang tingin.

" Akala siguro ni Phia siya lang ang may karapatang mag **attitude** HAHAHA at dahil sa sinabi ko ay napaalis ko siya kasama ang mga alagad niya na tahimik lang.

Bumalik akong pinagmamasdan ng maigi ang nasa paligid ko, tingin sa kanan at sa kaliwa na nagbabakasakaling makita ulit si Lola Minda.

" Ako ba ang hinahanap mo? " Isang pamilyar na boses na nagmumula sa aking likuran. Lumingon ako at nakita ko si Lola Minda, na masayang nakita din ako. Lumapit ako sabay yakap sa kanya.

" Nararamdaman kung may kailangan ka" Mahinang boses ni Lola Minda.

Pagkatapos ng mahigpit na yakapan ay huminga muna ako ng malalim bago magsalita.

" Lola, Paano niyo po nalaman na nandito ako? Panimula ko kay Lola.

" Mahika ang ginagamit ko gwen para malaman kung ano ang nilalaman ng isip ng mga taong mahalaga sa akin, mahalaga ka sa akin kaya alam ko na may kailangan ka at gusto mo akong makita" Bungad ni Lola Minda sa akin na kaharap ko.

" Gusto ko pong bumalik sa nakaraan" Pag amin ko kay Lola Minda.

" At ano ang rason kung bakit gusto mong bumalik? tapos na ang iyong misyon na magpaalam sa unang minahal ng iyong Lola" Bungad ni Lola Minda.

" Gusto ko pong bumalik para makilala ng husto si Ginoong Hajimme at ano ang ibig sabihin ng nakasulat sa litrato ng Lola ko na kung saan " Babalik man ang **agos** ng mga **luha**, ay nakatitiyak akong muli tayong **magkikita** " gusto kung malaman iyon at makita muli si Lola Pasing. Mahinang boses ko.

" Hindi mo na siya makikita pang muli"- Lola Minda

" Bakit po Lola? - Gwen

" *Noong dinala kita sa Mundo ng San Hermulo, ang may mahalagang papel kang ginampanan at yun ay humalili sa iyong lola na kung saan sila ay pinaglayo ng tadhana, hindi nakapag paalam ang iyong lola kaya ginamit kita upang muling magpaalam kay Ginoong Hajimmie na labis ang pagmamahal sa iyong Lola. At ngayon tatanungin kita, nais mo pa bang bumalik? - Lola Minda*

" Opo Lola, gusto kong makilala si Ginoong Hajimmie" Sabay ngiti ni Lola Minda.

"Ipikit mo ang iyong mga mata"

Sinunod ko ang utos ni Lola at ilang minuto ay bigla akong nahimatay.

Sa kwarto ni Jimmy

Nakahiga siya habang tinitignan sa kanyang cellphone ang litrato nilang dalawa ni Gwen.

" Maghihintay ako Gwen, at mamahalin kita ng buong-buo na higit pa sa inaakala mo, hindi man ngayon, bukas, pero alam kung sigurado. - Jimmy

Kabanata Tatlo San Hermulo

Enero 17, 1958

GWEN

Nagising na lang akong nasa damuhan, oo nasa damuhan na naman ako paborito talaga akong ilagay ni Lola sa damuhan, mukha ba akong carabao grass? pero bahala na ang importante nandito na ako nakabalik na ako at ready na akong makilala si Ginoong Hajimmie. Bumangon na ako mula sa aking pagkakahiga at inalalayan ako ni Lola Minda na nakasuot ng maikling damit na may kasamang maitim na belo.

" Maligayang pagbabalik sa mundo ng San Hermulo" Panimula ni Lola sa akin.

" Lola, 1954 pa rin po ba?

" Ang oras ay umiikot at kasabay na din dito ang panahon na kung saan nagbabago ang takbo nito" - Lola Minda

" So nandito ako sa taong ? - Gwen

" Sa taong 1958, na kung saan may mga bago kang makikilala na parte na rin ng buhay nang iyong Lola" - Lola Minda

" Kasama po ba sa makikilala ko si Ginoong Hajimmie? Bungad ko kay Lola.

" Hindi lang makikilala, mas makikilala mo pa " - Lola Minda.

Pagkatapos magsalita ni Lola ay nagsimula na agad akong ihakbang ang aking mga paa. In short excited na akong makita muli si Ginoong Hajimmie.

Kay ganda ng San Hermulo, tahimik ang paligid at may mga magagandang bulaklak kang makikita sa iyong paglalakad.

" Lola, saan ko po makikita si Ginoong Hajimmie? - Gwen

" May gusto ka ba sa kanya? Bungad ni Lola sa akin na napahinto ako sa aking paglalakad.

" Po?- Gwen

Sa isip ko

O ayan na Gwen, napansin kana ni Lola, bakit ba kasi bukambibig mo yan si Ginoong Hajimmie ayan tuloy si Lola nakakahalata na. Kaya para maiba at makaligtas ako sa tanong ni Lola kailangan kung gumawa ng paraan.

" Ah, Lola saan po ba tayo tutungo? Bungad ko kay Lola sabay lingon sa kanya.

" Sa bahay ng iyong Lola" - Lola Minda

" Po, bakit po? At tsaka diba sabi niyo po wala na si Lola Pasing dun - Gwen

" Tama, at ikaw ang papalit sa kanya bilang si Binibining Gwyneth" Bungad ni Lola Minda na may konting ngiti.

" Po? - Gwen

" Hindi ba't gusto mong makilala si Ginoong Hajimmie? - Lola Minda

" Opo Lola - Gwen

Pagkatapos kung magsalita ay inihakbang na ni Lola ang kanyang mga paa, para sa aming paglalakbay patungo sa nag-iisang tahanan ni Lola Pasing.

Napakaganda talaga ng **San Hermulo** alam mo yung feeling na nasa isang paraiso ka na punong- puno ng mga bulaklak at preskong hangin na iyong malalanghap. Sabayan mo pa ng mga taong babatiin ka, igagalang ka na parang pamilya kana nila.

Sa isip ko

Sana ganito na lang sa kasalukuyan, yun bang walang iniisip na problema tapos yung mga tao pagmamahal at respeto ang siya dapat na nangunguna sa kanilang mga puso. Pero hindi, ibang -iba ngayon ang kasalukuyan, punong -puno ito ng galit, kasakiman, at higit sa lahat ang kasinungalingan na bumabalot at nakatanim sa kanilang mga puso at isipan.

Nakarating na kami sa bahay ni Lola Pasing at hindi pa nga ako nakapasok sa loob ng bahay ay binati na agad ako ng isang maganda at matangkad na babae.

" Maligayang Pagdating Binibining Gwyneth" Panimula niya sa akin.

Hindi agad ako naka pag salita dahil hinanap ko pa si Lola Minda gamit ang aking mga mata.

" Lola, where are you "- Gwen

" Ano ang iyong mga winiwika binibini? Tanong ng babae sa akin na narinig pala ako.

" Ah, wala ako din natutuwa akong makita kang muli " - Gwen sabay yakap. Nagulat naman ang babae dahil sa mabilis na pag yakap ko sa kanya.

" May problema ba Binibining Gwyneth? Tanong niya na pagkatapos ay bumalik na agad ako sa aking normal mode.

"Ah, sige kailangan ko ng magpahinga, salamat Sis.. " -Gwen

" Sis? "

Sa isip ko

Ayan na kung ano-ano na lang ang pinagsasabi mo at lumalabas diyan sa bibig mo.

" sige " Mahinang boses ng babae pagkatapos ay umalis. Umakyat na ako nang makaalis na ang babae at pagpasok ko ay hindi ko nakita si Lola Minda.

" Lola Minda, Lola Minda" Paikot-ikot ako sa buong area nang bahay, para hanapin si Lola Minda.

" Lola Minda, nasa'n po kayo, Lola huwag na po kayong maglaro ng hide and seek baka sumakit po ang likod niyo" Pabiro ko kay Lola.

" Binibini? Isang pamilyar na boses ang aking narinig mula sa likuran. Lumingon ako at nanlaki ang aking mga mata nang makita ang napaka kisig at gwapong si Ginoong Hajimmie. Sa sobrang tulala ko at pagkabigla ay nahimatay ako.

Kabanata Apat Ang Kaguluhan

Nagising nalang akong nasa isang malaking kama na nakahiga. At napapalibutan nang mga bulaklak ang aking paligid.

" Mamamatay na ba ako? Ang unang lumabas sa bibig ko.

" Binibini at lumapit ng mabilis si Ginoong Hajimmie para alalayan ako.

" Ano bang masakit?, kumusta ang iyong pakiramdam? Panimula niya sa akin na nakasentro ang tingin.

Sa isip ko

Ginoong Hajimmie naman, alam mo naman diba na napopogian ako sayo, tapos ikaw talaga titingin ka pa sa akin ng ganyan.

Okay back to reality

" Salamat Ginoo, este mahal ko kung ano man ang iyong ginawa sakin, lubos akong nagpapasalamat " Bungad ko na may konting ngiti.

" Ipagpaumanhin at lilinawin ko lamang ang aking mga sinabi wala po akong ginawa sa inyo na labag sa karapatan ninyong mga kababaihan" - Ginoong Hajimmie

" Ano kaba okay ka lang at tsaka Good Boy ka naman - Bungad ko sabay tayo.

" Kumusta ang iyong paglalakbay? Akala ko'y hindi na kita makikita pang muli mahal ko" Lumapit si Ginoong Hajimmie sakin at hinawakan ang aking mga kamay.

Sa isip ko

" Jusmiyo, ano ba talaga!!!, alam mo yung feeling na kilig- na kilig kana kasi gwapo yung kaharap mo tapos may pa hawak-hawak pa sa dalawang kamay mo" Pakshet!! ayoko na!!

Okay serious na tayo

" Ah, oo mahal bumalik talaga ako para sayo" - Gwen

" May hinanda pala akong awitin sayo mahal ko, kung nanaisin mong mapakinggan ito" Bungad niya na may kasamang ngiti.

" Sige nga!!, ahh ano Pakikinggan ko mahal (O diba? todo effort na ako sa pagpapanggap.

Umupo ako sa malaking silya. Para pakinggan ang awiting ihahandog sa akin ni Ginoong Hajimmie na may hawak na gitara.

" Kay hirap man, pag-ibig ko'y sayo, totoo lamang ang aking pangako, na ikaw ay iibigin at gagabayan, mula sa dilim, nitong mundong kinagisnan O kay binibini, kay gandang pagmasdan umagang puno ng kaligayahan, O nasaan ka? Aking sinta, hinahanap kita buhay ko'y sayo na, pagmamahal mo lang puso at kaluluwa hinihintay kita nasaan ka ba? O aking sinta. Nanlaki ang aking mga mata ng marinig ko ang linyang inawit ni Mama, ang awiting kinanta ni Mama sa kwarto ni Lola Pasing.

Hindi kay **Lolo Indoy** galing ang **kanta**? At galing ito kay **Ginoong Hajimmie**?

Nagsinungaling sa akin si Mama, Akala ko pa naman kay si Lolo ang gumawa ng kanta, nang linya.

" Nakangiting pinagmamasdan ako ni Ginoong Hajimmie, kasabay ng kanyang mala - anghel na boses at galing sa pagtugtog nang gitara.

Pagkatapos ay inilagay ni Ginoong Hajimmie ang gitara sa lamesa at nakasentro ang tingin sa akin.

" Nagustuhan mo ba mahal ko? - Bungad niya sa akin.

Hindi agad ako makapagsalita dahil sa totoo lang gusto ko ng umihi.

" Mahal ko, inihanda ko yun para sayo"

" Ha? A… E… I.. O.. U… Dahil hindi ko na talaga mapigilan. Wala **nakaihi** ako sa aking suot. Pero buti nalang at kaunti lang ang lumabas at tsaka makapal naman yung damit kaya hindi klaro yung basa.

" Okay ka lang ba mahal ko? - Ginoong Hajimmie

" Ah,!! Ang ganda ng ginawa mo,pang **world class** at tsaka pwede kang sumali ng the **voice** ha? May potential ka" Hindi ko na talaga alam kung anong lumalabas sa bibig ko sa sobrang kaba ko.

" Mahal ko, hindi ko mawari ang iyong mga sinasabi" - Ginoong Hajimmie

" Wala, ano ang ibig kung sabihin,mahal na mahal kita sobra at ipinagmamalaki kung naging jowa kita, este wala na akong maisip kaya niyakap ko nalang bigla si Ginoong Hajimmie.

Sa isip ko.

Kung alam mo lang talaga Ginoo kung gaano mo ako pinakilig ngayong araw na to'

Boom !!!! Boom !!!! Boom !!!!

Isang **pampasabog** na tunog ang bumungad sa amin ni Ginoong Hajimmie na nagmumula sa labas. Mabilis agad akong nagtago sa ilalim ng lamesa. At isinara naman ni Ginoong Hajimmie ang pinto kasabay nang mga bintana.

" Tipunin ang mga yan!! At dalhin sa piitan" !! Boses ng isang Gobernador.

" Okay ka lang ba mahal ko? Bungad sa akin ni Ginoong Hajimmie na napansin akong kinakabahan.

" May kaguluhan bang naganap dito sa San Hermulo? Panimula ko.

" Ang bagong Gobernador ang may pasimuno nito, Si Gobernador Hernandez" - Ginoong Hajimmie

" Sino siya at bakit siya nanggugulo? - Tanong ko sa Ginoo.

" Si Gobernador Hernandez ay kapatid ng dating Gobernador na si Gobernador Vidanez, namatay na kasi si Ginoong Vidanez at hindi niya nagawa o natupad ang kanyang gusto na mabawi ang lupain ng San Hermulo, Sila ay naghahangad ng mataas na posisyon dito sa San Hermulo, at lahat ng mga may ari-arian o mga naghaharian dito sa bayan ay kanyang sinasaktan at inaagawan ng kayamanan dahil gusto niya na ang kanilang lahi o dugo lamang ang dapat na mamuno dito sa San Hermulo" - Mahinang boses ni Ginoong Hajimmie

" Eh, **makasarili** pala yang Gobernador na yan, - Gwen.

Huwag kang - mag-alala mahal dahil isasama kita sa lugar ng aking matalik na kaibigan, doon ay ligtas ka at makakaasa ka, na ikaw ay aking aalagaan . Sabay yakap pagkatapos masabi.

Naglakbay kami ni Ginoong Hajimmie sa isang kagubatan. Ang daan papunta sa kanyang matalik na kaibigan.

"Pasensya ka na aking mahal, ngunit ito lamang ang alam kung daan papunta sa lugar ng aking matalik na kaibigan" Panimuka niya na nakatingin sa akin. Napahinto muna kami dahil sa mahabang paglalakad. Patingin-tingin lang ako sa paligid.

" Okay lang, at tsaka ang importante kasama kita" Bungad ko na todo ang pagpapanggap.

" Ikaw, ba'y nagugutom na? Tanong niya sa akin.

" Ah, hindi okay lang ako, ikaw? - Gwen.

Hindi siya nag salita at sa halip ay lumapit siya sa akin at binuhat niya ako.

Wala akong naramdaman kundi tulala lang na para bang " Ang OA ko naman " Disney Princess yarn?

" Kumapit ka sa akin ng maigi, - Ginoong Hajimmie

" Hindi na Pabiro ko

"Bakit? - Ginoong Hajimmie

" Eh, kasi alam ko namang hindi mo ako ilalaglag eh, Mahal? - Gwen. Napangiti lang si Ginoong Hajimmie pagkatapos kung magsalita.

Ginabi kami ni Ginoong Hajimmie sa aming **paglalakbay** at sa wakas ay narating na din namin ang bahay ng kanyang matalik na kaibigan. Sinalubong siya nito na may hawak na isang **itak**

Ano nga ba ang **itak**?

Ang itak o bolo at balisong ay isang malaking kagamitan para sa pagputol na nagmula sa Pilipinas. Ginagamit ito sa pag -imis ng halaman para sa agrikultura o para sa paggawa ng bagong daan sa bundok o gubat. Ang itak ay parte na rin ng ating **kasaysayan** na ginagamit noon para sa isang labanan o digmaan.

" Maligayang Pagbabalik kaibigan " Panimula ng lalaki na may cute at singit na mata kay Ginoong Hajimmie sabay yakap. Pagkatapos nang kanilang yakapan ay lumapit sa akin ang lalaki.

" Binibini " Yumuko ang lalaki sa harap ko.

" Naku!! huwag na nakakahiya naman, Bungad ko na.

" Ikinagagalak kong makilala ka"

" Ako din, Ginoo sabay ngiti

" Ako nga pala si Ginoong Bernamen"

" Gwen,... Este Binibining Gwyneth " Muntik na ako dun ha.

" Kay ganda, at kay palad mo naman kaibigan. "Bungad niya kay Ginoong Hajimmie. Napangiti lang ang Ginoo.

Sa isip ko

Nagagandahan sa akin si Ginoong Bernamen, Pero sayang hindi na ako available late kana.

Pagkatapos ng usapan ay pumasok na kami sa malaking kubo ni Ginoong Bernamen.

Kay ganda at linis ng kanyang bahay. Sabayan mo pa ng maraming bulaklak na nakapalibutan sa kanyang bahay.

" Huwag kayong mag-alala, ligtas at nakatitiyak ako na aalagaan ko kayo sa abot ng aking makakaya" - Bungad ni Ginoong Bernamen .

"Ang bait mo naman , ahh.. Ang ibig kung sabihin napakabuti mong tao - Bungad ko.

" Natutuwa akong marinig yan Binibini, ngunit ginagawa ko lamang ang nararapat para sa kaligtasan ninyo kasama ng aking matalik na kaibigan - Ginoong Bernamen.

Kabanata Lima

Ang Pag-Aaklas

Hindi ako makatulog, hindi ko alam bakit. Mag isa lang ako sa kwarto ko at sobrang maluwag at malamig. Kaya lumabas muna ako para ikalma ang sarili ko. Umupo ako sa malaking silya habang pinagmamasdan ang mga bituin sa langit.

" Ang ganda, sayang nakalimutan kung dalhin ang cellphone ko. Bungad ko.

" Tila, may bumabagabag sa iyong isipan mahal ko - Panimula ni Ginoong Hajimmie na nasa aking likuran.

" Wala naman,.. Mahal (sa totoo lang naiilang na akong tawagin siyang mahal, kasi hindi naman talaga ako yung tunay na mahal niya, Hindi ako yung Binibining Gwyneth na nakilala niya.

" Gusto ko bang kantahan kita? - Ginoong Hajimmie

Hindi na ako tumanggi pa, dahil sa ganda ng boses ni Ginoong Hajimmie Lumapit si Ginoong Hajimmie sa akin na may dalang gitara.

" Ikaw lang, aking sinta buhay ko'y sayo na, tadhana may magbabago puso ko'y iyong-iyo , Huwag mo sanang kalimutan

mukha mo'y sa akin lang, hanggang sa pagtanda....
Mamahalin ka't kailanman"

Pagkatapos **kumanta** at mag **patugtog** ng gitara ay nakatingin lang sa akin ng diretso si Ginoong Hajimmie na may kasamang ngiti.

" Nagustuhan mo ba mahal ko? - Ginoong Hajimmie

" Oo, mahal, este kay linaw ng mga linya at tunog ng gitara na ang kanta ay para sa ating dalawa" (wala na akong ibang maisip na sasabihin para kiligin siya at matuwa sa ginawa niya para sa akin.

" Mahal, ko pangako ko sayo, na ikaw ay aking aalagaan at iingatan, dumating man ang panahon na tayo'y hindi magkakaunawaan tandaan mo lang na ako ay nakangiti lamang bunga ng aking tapat at totoong pagmamahal" - Ginoong Hajimmie. Wala akong ibang ginawa pagkatapos mag salita ng Ginoo kundi ang yakapin siya nang mahigpit.

KINABUKASAN

Pinaghanda kami ni Ginoong Bernamen ng **Adobong Manok**. Grabe! bukod sa sobrang gwapo ay maalaga pala itong si Ginoong Bernamen.

Nakaupo na kaming tatlo para sa aming agahan. Nagdasal muna kami bago kumain. At una kung tinikman ang kanyang inihandang **adobo**.

Sa isip ko.

Ang sarap, ngayon lang ako nakatikim ng ganitong klaseng adobo. Yung malalasahan mo talaga ang mga natural na ingredients na hinalo sa manok.

" Nagustuhan mo ba ang aking hinanda Kaibigan? At ikaw Binibini? Bungad sa amin ni Ginoong Bernamen.

" Hindi pa rin talaga nagbabago ang timpla ng iyong Adobo.

" Ikaw nagluto nito? - Gwen

" Hindi"

" Sino? - Gwen

" Ang aking kasama dito sa bahay, Pamela! (Malakas na boses ni Ginoong Bernamen na para bang may tinatawag. At ilang minuto ay lumapit sa amin ang isang babae na may dalang **native sandok**.

" Siya nga pala si **Pamela** ang katulong ko dito sa bahay" Bungad ng Ginoo sabay tayo.

" Nasa'n siya kanina? Bakit hindi naman siya nakita? Tanong ko kay Ginoong Bernamen.

" Ako po ay nahihiya, at hindi masyadong nakikiusap Panimula ni Pamela kay Gwen.

" Ah, introvert ka pala" - Gwen

" Introvert? - Pamela

" Wala, ang ibig kung sabihin, ang sarap ng Adobo mo, thank you ha? - Bungad ko kay Pamela na ngumiti naman pagkatapos kung magsalita.

" Maiiwan ko muna kayo " - Pamela sabay alis.

Bumalik si Ginoong Bernamen sa kanyang pag upo ng makaalis na si **Pamela.**

" Ginoong Bernamen!!! Isang boses na nangagaling sa labas. Agad namang napatayo ang Ginoo at umalis para buksan ang pinto, sumunod naman kaming dalawa ni Ginoong Hajimmie.

" Vernencion, Ano't naparito ka? Bungad ni Ginoong Bernamen.

" Kailangan na tayong umalis dito"

"Bakit, at anong kaguluhan ang bumabalot sa iyong isipan? - Ginoong Bernamen.

" Papunta na dito ang mga Guwardiya Sibil, at nais nilang tipunin ang mga lalaki para sa isang pagsasanay na maging kanilang katulong sa isasagawang labanan, laban sa mga mahihirap" Nang marinig ko ang salitang "**mahirap**" agad akong napa buntong hininga.

"Akala ko sa kasalukuyan lang ito nangyayari, dito din pala"

Nagkatingin kaming dalawa ni Ginoong Hajimmie na may pag-alala. Lumapit naman siya sa akin at hinawakan ang aking kamay.

" Mahal, ayokong madamay ka sa gulo kaya, nais kung magtago ka muna sa kagubatan kasama si Pamela.

" Hindi, hindi ako papayag na mawala ka sa akin (Char!! alam mo self best actress ka na talaga sa pagpapanggap)

" Hindi ako mawawala sayo, at gagawin ko lamang ito para sa iyong kaligtasan" - Ginoong Hajimmie

" Ano? Susunod ka sa utos at gagawin ng mga Guwardiya Sibil? Ang labanan ang mga mahihirap? Ang saktan sila? - Gwen

" Hindi, tutulungan ko sila, kasama ang mga kaibigang mandirigma ng aking kaibigan" - Ginoong Hajimmie

"At ikaw? paano ako makaka siguro sa iyong kaligtasan?" Bungad ko na pagkatapos ay hinalikan ako bigla ni Ginoong Hajimmie sa labi.Nagulat naman ako, tulala lang na para bang nakuryente ng kilig.

" Ang aking **halik** ang siyang **magpapatunay** na ako ay mag-iingat, dahil alam ko na ikaw ay nag-aalala para sa aking kaligtasan mahal ko" - Ginoong Hajimmie.

Sa isip ko.

Alam mo Ginoong Hajimmie kung sa kasalukuyan mo ako hinalikan tapos syempre Lolo na kita, tawag sayo **sugar Daddy** .

Niyakap ko si Ginoong Hajimmie, at pagkatapos ay sabay na lumabas silang dalawa ni Ginoong Bernamen.

*" Kung alam mo lang Ginoong Hajimmie na gusto ko nang aminin sayo ang totoo, pero hindi ko pa masabi sayo dahil gusto pa kitang makilala at malaman ang totoo, ang pag-ibig na nagpa sigla at nagbigay ng kwento nang aking pinakamamahal na si Lola Pasing, Kung dadating man ang araw na makilala mo na ako, ang **Apo** ng iyong unang minahal ay ipinagpapasalamat ko, dahil biniyan mo ako ng tunay at tapat na pagmamahal na pwede kung magamit sa kasalukuyan sa pagtuklas at pagkilala ng lubusan kay Jimmy.*

Lumapit sa akin si **Pamela.**

"Binibini, tayo na" sabay ngiti sa akin.

Bugbog, pasa at sugat ang natamo ng ilan sa mga lalaking nahuli nang mga guwardiya sibil, dahil sa pagtangi nito sa kanilang gusto. Maraming bata ang nadamay at mga babaeng walang -awang ginahasa sa pamumuno ni Gobernador Hernandez.

" Yan, ang mga napapala ng mga ayaw makinig at sumuway sa utos ko!! Malakas na boses nang Gobernador sa lahat.

" Itigil mo na ito Gobernador!!! Malakas na boses ng lalaki na may hawak na kutsilyo.

" May magagawa ka ba? Sabay lapit sa lalaki.

" Tigilan mo na ang iyong **kahibangan**, Pakawalan mo na kami!

" Pakakawalan ko lamang kayo, pag patay kana!! Sabay kuha ng baril at binaril ang lalaki sa **dibdib**. Bumagsak ang lalaki kasabay ng kanyang maraming **dugo**.

" Asawa ko!!! Malakas na boses ng babae. Tuwang - tuwa naman si Gobernador Hernandez sa kanyang ginawa.

" Sige, ikulong ang mga yan!!! "

Sa lugar o **tahanan** ng mga **mandirigma** na kung saan pinaplano ni **Ginoong Bernamen** ang pagsakay at **pakikipaglaban** sa mga Guwardiya Sibil kasama ang pinuno nito na si Saklop.

" Akala ko magiging ligtas ang aking lugar, dahil sa layo nito sa bayan ng San Hermulo ngunit hindi pala" Panimula ni Ginoong Bernamen.

" Kailangan na nating simulan ang ating desisyon sa nalalapit na pakikidigma natin sa mga Guwardiya Sibil.Bungad ni Ginoong Hajimmie.

" Bukas ng gabi ay sasalakay tayo sa kanilang kuta, hindi maaaring maghari-harian ang mga mapang-api at linta sa bayang ito" Bungad ni Saklop, ang pinuno ng mga mandirigma.

" Dahil kung magpapatuloy pa ang kaguluhan na ito, ay posibleng maraming buhay ang mawawala at ariarian ng mga mahihirap ang mauubos at masasayang - Ginoong Bernamen

" Maghanda kayo, dahil ilalaban natin ang ating **karapatan** bilang simpleng mamamayan - Mahinang boses ni Saklop sabay kuha ng malaking espada.

Sa kagubatan ng **San Lorenzo** na kung saan malayo sa Bayan ng **San Hermulo**

Dahil sa layo ng nilakad namin ni Pamela ay napaupo ako sa may damuhan.

" Binibini tayo, na " - Pamela

" Alam mo, dito na lang tayo, pagod na ako eh, at tsaka okay na siguro dito, Okay na ako" - Gwen Napangiti lang si Pamela pagkatapos kung magsalita.

" Binibini, kukuha lang ako ng mainom natin" - Pamela

" Sige, mag- ingat ka.

Nang makaalis na si Pamela ay kinausap ni Gwen ang kanyang sarili.

" Ito ngayon Gwen, ayan na ang napala mo, bumalik ka pa kasi dito ayan tuloy may gulo na at sure talaga akong madadamay ka"

" Kumusta? Pamilyar na boses sa likod ko at ng lumingon ako ay nakita ko si Lola Minda. Mabilis agad akong **tumayo** at lumapit kay Lola.

" Lola, where have you been? (O diba nag eenglish na ako) ang corny lang kasi ginamit ko kay Lola na pwede namang mag tagalog nalang.

" Kumusta ka? - Panimula ni Lola Minda.

" Lola, okay lang ako I'm Fine malayo sa gulo " - Pabiro ko kay Lola.

" Si Ginoong Hajimmie nagkita ba kayo? - Lola Minda

" Naku, lola talagang gusto ko ng umiyak sa mga nangyayari dito, ayun sumama doon sa kaibigan niya para sa isasagawang labanan. Pabebeng boses ko.

" Huwag kang panghinaan ng loob Gwen, magtiwala ka lamang at bukas malalaman mo din ang kasagutan" - Lola Minda

" Huh? Lola hindi ko ma gets"

" Binibini boses ni Pamela. Lumingon ako.

" Binibini baka nauuhaw kana ito o,kinuha ko doon sa may batis" - Pamela tulala lang akong nakatingin kay Pamela at siguro napansin niya ang mode ko kaya nilapitan niya ako at inabot sa akin ang dahon ng **gabi** o **taro leaves** na ginawa niyang lalagyan ng tubig.

" Okay ka lang ba Binibini?

" Ah.. Oo salamat.

Hindi ko na nakita si Lola Minda. Si Lola talaga sobrang busy. Hindi mo naman masasabing may lovelife? Pero siguro, ewan.

Inihanda ng pinuno nang mga mandirigma na si Saklop ang mga kagamitan na gagamitin nila sa kanilang isasagawang pag atake sa kuta ng mga Guwardiya Sibil. Kabilang dito ang Pana**,** Baril **at** malaking Itak.

" Handa na ba ang lahat?" Panimula ni Saklop

" Para sa ating karapatan, at buhay ng ating mga minamahal handa na !! "

" Para sa bayan!! Malakas na boses ng lalaki

" Para sa San Hermulo!!

GWEN

Patingin - tingin ako sa paligid habang mahimbing na natutulog si Pamela. At ilang minuto ay may dalawang Guwardiya Sibil na Lumapit sa amin. Gusto ko sanang tumakbo ngunit nag aalangan ako dahil sa mga baril na hawak nila. Kahit na malayo, talagang wala kang ligtas sa kamay ng mga Guwardiya Sibil.

" Anong ginagawa ng dalawang binibini dito sa kagubatan? Panimula sa akin ng isa sa Guwardiya Sibil. Nagising si Pamela mula sa pagkakatulog na may pag-alala.

" May hinihintay lang kami" Bungad ko. Wala na akong ibang maisip o gawin kundi ang lakasan ang loob ko.

" At sino? Saan? "

" Secret! Pabiro ko.

" Mabuti pa sumama nalang kayo sa amin" Lumapit ang isa sa mga Guwardiya sibil sa amin at hinablot ng malakas ang aming mga kamay.

" Kuya ang sakit nun ha? Mataray kung pagkakasabi.

Wala na kaming magawa kundi ang sumama. Kinakabahan na parang hihimatayin na pinagmamasdan ko si Pamela.

Kabanata Anim Ang Madugong Labanan

Madilim na ang buong paligid at tanging ang ilaw lang na nagmumula sa kuta ng mga Guwardiya Sibil ang nagbibigay liwanag sa paligid. Pinalibutan nang mga **mandirigma** ang kuta nito kasabay ng mga kagamitang gagamitin sa pagpaslang at pakikipaglaban sa mga Guwardiya Sibil. Kabilang na dito si **Ginoong Hajimmie** na may hawak na **baril** at nagtago sa damuhan. Patingintingin si Ginoong Hajimmie sa paligid hanggang sa nakita niya na hawak ng dalawang Guwardiya Sibil Sina Pamela at Gwen. Nanlaki ang kanyang mga mata at napatayo.

" Dahil ang dalawang yan,sa piitan "Nagulat din si Ginoong Bernamen nang makita si Pamela.

" Mukhang kailangan na nating simulan " Panimula ni Ginoong Hajimmie. Ilang minuto ay nagpaulan ng bala at Pana ang mga mandirigma na ikinagulat naman nang mga Guwardiya Sibil. Mabilis na nilusob nang mga mandirigma ang kuta nito sa Panumuno ni Saklop at Ginoong Bernamen. Dugo at katawan ang bumabalot sa ilalim ng gabi. Ang katawan nang mga Guwardiya Sibil at mandirigma.

Sabay na ikinulong sina Gwen at Pamela sa piitan na kung saan pinalibutan nang mga **bungo** ng tao. Humagulgol sa iyak si Pamela, at agad naman siyang niyakap ni Gwen.

" Ayoko pang mamatay Binibini" Bungad niya.

" Hindi, hindi mangyayari yan, lakasan mo ang loob mo - Gwen.

Mabilis na nakapasok si Ginoong Hajimmie sa kuta ng mga Guwardiya Sibil dahil sa dami nang napaslang nito.

Sa isip ko

GWEN

Ito na ba ang katapusan ko? Dito na ba matatapos ang buhay ko? Tanong ko sa sarili ko, na naguguluhan na ako, hindi ko alam, wala akong maisip na paraan kung paano kami makakatakas sa lugar na ito. Gusto ko nang sumuko, pero nung makita ko ang isang pamilyar na mukha nagkaroon ako nang liwanag sa aking puso at isipan. Si Ginoong Hajimmie.

Binaril niya ang kandado para makalabas kami, at inalalayan ako, Napalitan naman ng tuwa ang iyak ni Pamela nang kami ay makalabas na.

Tumambad sa amin ang maraming katawan nang mga Guwardiya Sibil at mandirigma. Pero sa huli nanaig ang kampo ng mga mandirigma at naubos ang hanay ng mga Guwardiya Sibil.

" *Mabuhay!! Malakas na boses ng lahat.*

" *Mabuhay ang Mandirigma!! Malakas na boses ni Ginoong Bernamen sabay taas ng kanyang itak.*

Mabuhay!!!

Sa kuta ng mga mandirigma kami nagpalipas ng gabi. Ang iba ay nagpapahinga na, maliban sa akin na nagpapahangin sa labas.

Sa isip ko.

Dapat ko na bang sabihin sa kanya ang totoo? Na nagpapanggap lang ako bilang si Binibining Gwyneth O si Lola Pasing. Okay panahon na siguro.

" Malalim yata ang iniisip mo Binibini? Boses ni Ginoong Hajimmie na nasa likod ko.

" Pwede ba kitang makausap? Bungad ko na diretso ang tingin sa kanya. Lumapit naman si Ginoong Hajimmie sa akin.

" Ginoo, sana mapatawad mo ako, sapagkat may isang bagay akong hindi nasabi sa iyo" Panimula ko.

" Gwen? Panimula sa akin ni Ginoong Hajimmie na nagulat naman ako pagkatapos niyang banggitin ang pangalan ko.

" Anong sabi mo? - Gwen

" Gwen" - Ginoong Hajimmie

" Kilala mo ako? - Gwen

" Gwen ako to, si Jimmy. Bungad sa akin nang Ginoo.

" Jimmy?- Gwen

" Pasensya kana kung hindi ko agad sinabi sayo ang totoo. Panimula niya sa akin.

" Teyka, wait naguguluhan ako. Sabay tawa pagkatapos kung magsalita.

" Sumama ka sa akin, ipapaliwanag ko sayo lahat.

Sa isip ko.

Oh M G!! all this time si Jimmy yung kasama ko? Pero bakit?

Okay back to reality.

Dinala ako ni Jimmy sa isang madilim na sulok, at ilang minuto ay bigla itong nagliwanag dahil sa

lamparang dala ng isang matandang babae. Hindi ko agad namukaan ang babae pero nang unti-unti na siyang lumapit sa akin ay nagulat ang aking mga mata.
" Si Lola Minda"

" Kumusta Gwen? Panimula ni Lola"

" Lola Minda? - Gwen

" Apo, sinabi mo na ba sa kanya ang totoo? - Mahinang Boses ni Lola Minda.

" Apo? - Gwen

" Tama ang narinig mo Gwen, si Lola Minda ay aking Lola" Bungad ni Jimmy sa akin.

" Teyka, wait naguguluhan ako, Lola diba sabi mo nandito pa si Ginoong Hajimmie?

" Tama, nandito pa nga siya pero noong mga panahong iniwan siya ng iyong lola, ay nawalan na siya ng gana na tumira dito sa San Hermulo, kaya ipinagpatuloy niya ang kanyang pangarap na maging abogasya sa bansang europa. Kaya kita tinanong noon kung bakit gusto mong bumalik dito ay gusto kung sayo mismo manggagaling ang sagot na kaya ka bumalik dito ay upang makilala ng lubusan ang unang minahal ng iyong lola na si Ginoong Hajimmie, kaya para makilala mo siya ay ginamit ko ang aking apo na si Jimmy, Gwen ang lahat ng mangyayari sa panahong ito ay nakasulat na at sinabi ko kay jimmy ang lahat - lahat ng mangyayari dito.

" Kaya pala lagi kitang nakikita sa school noon lola ay dahil kay jimmy? Bungad ko kay Lola Minda.

" Oo, at pinoprotektahan ko ang aking Apo dahil siya lang ang nag- iisang kayamanan ko"

" So may kapangyarihan ka rin? Tanong ko kay Jimmy.

" Wala, Gwen tanging si Lola lamang ang may kapangyarihan. " Panimula ni Jimmy sa akin.

" Pasensya kana, iha? Hindi ko agad sinabi sayo ang totoo" Lola Minda.

" Ako din, paumanhin" - Jimmy

" Kaya pala hindi mo ako tinanong noon tungkol sa pamilya ko, noong una pa lang tayong nagkita kasi alam mo na hindi ako ang totoong si Binibining Gwyneth.

" Sorry Gwen" - Jimmy.

" Mauna na ako" Bungad ni Lola pagkatapos ay umalis. Lumapit si Jimmy sa akin at hinawakan ang aking mga kamay.

" Yung mga sinabi ko, ginawa ko totoo lahat yun" - Jimmy

" Bakit ngayon mo lang sinabi sa akin? - Gwen

" Dahil natatakot ako na baka hindi ka kaagad maniwala at lisanin mo ang lugar na ito " -Jimmy

" Mauna na ako" Mahinang boses ko. Sabay talikod.

" Ipagpaumanhin mo aking mahal"

KINABUKASAN.

Pumunta ako sa isang batis para ikalma ang sarili ko sa mga nalaman ko kagabi. At hindi ko alam na sinundan pala ako ni Jimmy.

" Gwen Panimula niya sa akin.

" Alam muna ang mangyayari dito diba? Tanong ko.

" Oo - Jimmy

" Sabihin mo akin, lahat -lahat gusto ko ng umuwi - Gwen

" Hindi ko maaaring sabihin sayo - Jimmy

" Bakit? Mahinang boses ko na kaharap si Jimmy.

" Kapag ginawa ko iyon ay hindi na ako makakabalik pa sa kasalukuyan at maiiwan ako dito sa nakaraan. Yun ang utos ni Lola" Niyakap ko naman si Jimmy pagkatapos niyang magsalita.

" Sige mauna na ako"

Sa isip ko.

Hindi naman sa galit ako kay Jimmy, pero naiinis lang talaga ako sa sarili ko, dahil all this time hindi ko napansin o naramdaman na siya pala yung kasama ko.

Nalaman ni Gobernador Hernandez ang nangyari sa kanyang hanay kaya nagpatawag agad siya ng pagpupulong para sa isasagawang paglusob sa kuta ng mga mandirigma.

GWEN

Naglakad - lakad ako sa paligid habang pinagmamasdan ang mga magagandang bulaklak. At ilang minuto ay biglang dumating si Lola Minda.

" Magandang araw sayo, Binibini" Panimula ni Lola Minda.

" Lola, Please gusto ko ng umuwi" Bungad ko na nakikiusap kay Lola.

"Bigyan mo ako ng magandang dahilan kung bakit gusto mo nang lisanin ang lugar na ito" Bungad ni Lola na nakasentro ang tingin sa akin.

" Naiinis lang ako Lola, hindi sa Apo niyo kundi sa sarili ko, hindi ko man lang nakita, napansin, na ang gumawa sa akin nang kunteng pag - ibig, pagtulong at katapangan ay walang iba kundi si Jimmy, dahil ang nakikita ko ay ibang tao, ibang lalaki.

" Kaya dinala kita dito para malaman mo ang tunay na kahalagahan ng pag-ibig, na kailangan mo munang makilala at makita ang tunay na kahulugan at hangarin nang isang tao para sayo, na walang halong panloloko, bagkus ito'y katotohanan at tunay na gagawin niya para sayo" - Lola Minda.

Maagang sinalakay nang mga Guwardiya Sibil ang kuta ng mga mandirigma sa Pamumuno ni Gobernador Hernandez. Marami ang nahuli sa hanay nito kabilang si Ginoong Hajimmie, Ginoong Bernamen at ang pinuno ng mga mandirigma na si Saklop. Nagtago si Pamela sa likod nang bahay kaya hindi siya nahuli ng mga mandirigma na kasama ang mga kababaihan sa nahuli nito.

Kinakabahan na napatakbo si Pamela na hinahanap si Gwen. At ng makita niya ito ay niyakap niya agad na may kasamang kaba at nanginginig ang buong katawan.

" Anong nangyari? - Gwen

" Hinuli ng Gobernador sina Ginoong Hajimmie at Ginoong Bernamen " - Pamela.

Nagulat si Gwen ng marinig ang ibinalita ni Pamela.

" Kailangan na nating umalis, kailangan natin silang iligtas" Bungad ko.

" Paano? Hindi mo kakayanin ang Lakas ng pwersa nang Gobernador - Pamela

" Babae ako, Babae ka, wala man tayong mga sandata pero kaya nating lumaban gamit ang ating puso at isipan, at nakatitiyak ako na ang puno't dulo ng kasamaan ng Gobernador ay bunga ng kulang sa pagmamahal at pagpapaunawa at yun ang ipaparamdam ko sa kanya Bungad ko pagkatapos ay umalis.

Kabanata Pito Ang Pagwawakas

Nakatali ang dalawang kamay at Paa nina **Ginoong Hajimmie, Ginoong Bernamen** at ang pinuno ng mga mandirigma na si **Saklop** para sa isasagawang paglilitis at kamatayan ng tatlo. Humagolhol sa iyak ang mga kababaihan at ilan pang miyembro nang mga mandirigma habang pinagmamasdan ang tatlo na puno ng mga sugat at pasa bunga ng pananakit nang mga Guwardiya Sibil.

Nakaluhod ang tatlo habang nasa harapan si Gobernador Hernandez na may dalang puting papel.

" Dahil sa inyong ginawang kataksilan at pangaalipusta sa Gobyernong ito dapat lamang na kayo'y parusahan at saktan.

Binuksan ni Gobernador Hernandez ang papel na dala niya, at binasa niya ito.

"cualquiera que cometa traición contra el pueblo de San Hermulo merece ser asesinado, porque esto es una orden y un deseo de traer la paz a nuestro pueblo"

Ang sinumang gumawa ng pagtataksil laban sa mga taga-San Hermulo ay karapat-dapat na patayin, sapagkat ito ay isang utos at hangarin na magdadala ng kapayapaan sa ating bayan."

Pagkatapos magbasa ni Gobernador Hernandez ay kinuha niya ang kanyang baril. At itinutok ito sa ulo ni Saklop, ang pinuno ng mga mandirigma.

" Patawad kaibigan" (Bang!! Tinamaan sa ulo si Saklop na sanhi ng kanyang kamatayan bumagsak ito kasabay nang kanyang mga dugo na dumadaloy sa kanyang ulo. Tumulo ang luha ni Ginoong Bernamen habang pinagmamasdan ang wala ng buhay na kanyang kaibigan na si Saklop.

" Maraming salamat kaibigan" Panimula ni Ginoong Bernamen.

Lumapit naman si Gobernador Hernandez kay Ginoong Hajimmie at itinutok ang baril sa ulo nito.

" Huwag!!!, Malakas na sigaw ni Gwen at mabilis na lumapit sa kinaroroonan nang Gobernador.

" At anong ginagawa mo dito?- Gobernador Hernandez

" Sa tingin mo ba magiging masaya ka kung lahat kami dito ay mawawala na? Gobernador nakikiusap ako sayo, hindi galit ang solusyon upang ikaw ay magiging masaya" Malakas na boses ni Gwen.

" At sino ka para sabihin sa akin ang mga bagay na iyan? - Gobernador Hernandez

" Hindi mo ako kilala, pero ako alam ko na kaya mo lang ginagawa ito ay para mapatunayan sa lahat na karapat- dapat kang maging pinuno, Gobernador pwede kang maging pinuno sa malinis at maayos na paraan, itigil mo na to' Pagkatapos kung magsalita ay lumapit ako sa Gobernador at niyakap ko siya ng mahigpit. Ibinaba naman niya ang dala niyang baril at tumulo ang kanyang luha.

" Pakawalan silang dalawa" Utos ng Gobernador.

Dasal at tiwala ang kakampi ko, at buti nalang nabuksan ko ang puso at isipan nang Gobernador na magbago at magsimula muli sa malinis at maayos na paraan. Binago ng Gobernador ang kanyang pamamalakad at itinigil na niya ang pagkuha at pang- angkin ng ari-arian nang mga mahihirap.

Sa bahay ni Ginoong Bernamen

Ginamot ko ang mga sugat at pasa sa katawan ni Jimmy.

" Gwen salamat" Panimula ni Jimmy sa akin.

" Saan? - Gwen

" Sa ginawa mo para sa amin" - Jimmy

" Ano, kaba syempre gagawin ko yun, ayokong mawala ka sa akin. Pag-amin ko. Nakatingin naman si

Jimmy sa akin at mabilis akong hinalikan. Ilang minuto ay unti-unting naglaho ang aming mga katawan.

2018

9:43 PM

Nagising nalang akong nasa labas ng Xavers University at lumapit sa akin ang isang Security Guard.

" Ma'am Okay lang po ba kayo?

" Kuya, anong nangyari? Panimula ko

" Bigla po kayong nahimatay " Tumayo ako at inalala ang nangyari.

" Salamat Lola Minda. Bungad ko sa sarili ko pagkatapos ay pumara ako ng taxi at sumakay.

KINABUKASAN

Natulog ako sa kwarto ni Lola Pasing at paggising ko ay nakita ko ang litrato ni Lola sa isang Aparador. Kinuha ko ito at binaligtad. " Wala ng nakasulat "

" Gwen! May naghahanap sayo, Malakas na boses ni Mama, lumabas naman ako para tingnan at nakita nang dalawang mata ko si Jimmy na may dalang bouquet of flowers na may iba't ibang kulay. Bumaba ako. At sinalubong ako ni Mama na may pag ngiti.

" Maiwan ko muna kayo" Bungad ni Mama pagkatapos ay pumasok sa kanyang kwarto.

" Kumusta kana? Panimula ni Jimmy sabay ngiti. Niyakap ko naman siya pagkatapos niyang magsalita.

" Mahal na mahal kita, at tinatanggap ko na ang pagmamahal mo " Tumulo ang luha ko.

" Mahal na mahal din kita Gwen. Hinalikan ako ni Jimmy.

Nakita ko, at naramdaman ko ang tunay na pagmamahal sa akin ni Jimmy ng dinala ako ni Lola Minda sa taong 1958, akala ko pagmamahal iyon ni Ginoong Hajimmie ngunit hindi pala, pagmamahal iyon ng tunay at tapat na pag-ibig sa akin ng aking pinakamamahal na si Jimmy.

" Babalik man ang **agos** ng mga **luha**, ay nakatitiyak akong muli tayong **magkikita** "

Hindi ko man nakita si Ginoong Hajimmie, ngunit binigyan ako ng pag-asa nang tadhana na muli kung maramdaman ang tunay at tapat na pag-ibig na binigay sa akin ni Jimmy na kahit ano man ang mga pagsubok na dumaan sa amin sa taong 1958 ay hindi niya ako iniwan at sa halip ay binuo niya ako at pinatatag ng kanyang pag-ibig, na muli kung makilala ang sarili ko bilang isang matapang na babae.

Hinatid ko si Jimmy sa labas ng bahay.

" Mag-ingat ka" - Gwen

" Thank You sabay ngiti.

" Lolo, halikana, inumin muna ang gamot mo" Mahinang boses ng isang babae habang sinusundan ang isang matandang lalaki.

"Lolo, Hajimmie please Lolo bumalik na po kayo sa bahay"

Nang marinig ko ang pangalan ni Ginoong Hajimmie ay dumeritso agad ang tingin ko sa matanda.

" Buhay siya? - Gwen

Wakas

Mga karakter sa istoryang ito
Gwen
Jimmy
Ginoong Hajimmie
Saklop
Pamela
Lola Minda
Ginoong Bernamen
Gobernador Hernandez
Mga mandirigma
Security Guard

About the Author

Ryan Kim Regoya

Ako si Ryan Kim Regoya nakatira sa lungsod ng Cagayan De Oro na layong magsulat pa ng mga kwento na kapupulutan ng aral nang mga kabataan, hangad ko din na matututunan nang kung sino man ang makakabasa nito na manalig at maniwala sa kapangyarihan ng pag-ibig na ating itinataglay sa ngayon. Nagpapasalamat ako sa Ukiyoto Publishing dahil binigyan na naman nila ako ng pagkakataon na magbahagi ng bagong kwento sa lahat ng mambabasa. Na sa layong maihatid ang kaalaman sa ating mga isipan at maipamulat ito sa kanilang nasasakupan.

www.ingramcontent.com/pod-product-compliance
Lightning Source LLC
LaVergne TN
LVHW041549070526
838199LV00046B/1878